D1679879

வாரணாசி

வாரணாசி

பா. தேவேந்திர பூபதி (பி. 1969)

வணிகவியலில் இளம்முனைவர் பட்டமும் நிர்வாகவியலில் முதுகலைப் பட்டமும் பெற்ற பா. தேவேந்திர பூபதி, பழனியைச் சொந்த ஊராகக் கொண்டவர். ஓய்வுபெற்ற பஞ்சாயத்து ஒன்றிய ஆணையரான அ. பாஸ்கர சேதுபதிக்கும் தங்கத்துக்கும் முதலாவதாகப் பிறந்தவர். சங்க இலக்கியங்களையும் தத்துவங்களையும் ஆர்வமாகப் பயின்று அதன்வழியே நவீன கவிதைத் தளத்திற்குள் வந்திருக்கும் இவர், ‘கடவு’ இலக்கிய அமைப்பினை நிறுவிச் செயல்பட்டு வருகிறார். சிற்றிதழ்களில் பரவலாகக் கவிதைகள் எழுதிவரும் இவரது ஏழாவது தொகுப்பு இது. முந்தைய தொகுப்புகள்: ‘பெயற்சொல்’, ‘வெளிச்சத்தின் வாசனை’, ‘அந்தர மீன்’, ‘முடிவற்ற நண்பகல்’, ‘ஆகவே நானும்’, ‘நடுக்கடல் மௌனம்’.

மனைவி: கீதா, மகன்: விஜயேந்திர பூபதி

மின்னஞ்சல்: devendhirapoopathy@gmail.com

பா. தேவேந்திர பூபதி

வாரணாசி

காலச்சுவடு பதிப்பகம்

வாரணாசி ❖ கவிதைகள் ❖ ஆசிரியர்: தேவேந்திர பூபதி ❖ © பா. தேவேந்திர பூபதி ❖ முதல் பதிப்பு: டிசம்பர் 2016, இரண்டாம் (குறும்) பதிப்பு: ஆகஸ்ட் 2017 ❖ வெளியீடு: காலச்சுவடு பப்ளிகேஷன்ஸ் (பி) லிட்., 669, கே. பி. சாலை, நாகர்கோவில் 629001 ❖ கோட்டோவியங்கள்: பா. குணசேகரன்

vaara Naaci ❖ Poems ❖ Author: B. Devendhira Poopathy ❖ © B. Devendhira Poopathy ❖ Language: Tamil ❖ First Edition: December 2016, Second (Short) Edition: August 2017 ❖ Size: Demy 1 x 8 ❖ Paper: 18.6 kg maplitho ❖ Pages: 80

Published by Kalachuvadu Publications Pvt. Ltd., 669, K.P. Road, Nagercoil 629001, India ❖ Phone: 91-4652-278525 ❖ e-mail: publications@kalachuvadu.com ❖ Line Drawings: P. Gunasekaran ❖ Printed at: Compuprint Premier Design House, Chennai 600086

ISBN: 978-93-5244-088-7

08/2017/S.No. 765, kcp 1851, 18.6 (2) OLL

தந்தையாய்
தோழனாய்
ஆசானாய்
வழிநடத்தும்
தெய்வத்திரு. அ. பாஸ்கர சேதுபதி அவர்களின்
கழலடிக்கு

நன்றி

*சிலேட், மணல்வீடு, தி இந்து, அந்திமழை, கல்கி, படிகம்,
அம்ருதா, உயிரெழுத்து, காலச்சுவடு, தீராநதி, ஆனந்த விகடன்*

எம்.எஸ்., மயன் ரமேஷ்ராஜா, சுரேஷ்குமார இந்திரஜித்,
பேரா. த. தர்மராஜ், பெருந்தேவி, ஆனந்த், பிரம்மராஜன்,
தொ. பரமசிவன், தேவதச்சன், கிருஷி,
காலச்சுவடு கண்ணன், சுதிர் செந்தில், கரிகாலன்,
அசதா, யவனிகா ஸ்ரீராம், லக்ஷ்மி மணிவண்ணன்,
கணேசன் பழனிச்சாமி, இந்துபாலா கிருஷ்ணன், சக்திஜோதி,
மீரா வில்வம், மகி ஆதிரன், தேன்மொழி, தேன்மொழி தாஸ்,
கடங்கநேரியான், விக்கிரமாதித்தன், கைலாஷ் சிவன்,
சு. நாகம், ஷாலினி, சுபா, ஐயப்பு, மஞ்சு

பொருளடக்கம்

வாலிபம் கடந்த நிலை	11
கண்மலர் கண்டவன்	12
தேசம் நாய்களுடையது	13
இலைகள்	14
காலத்தில் விளைவதில்லை	15
கை மாற்று	16
பிரிவின் மறுபக்கம்	17
பகற்கனவு	18
சூன்யப்பிறவி	19
நிலமனிதன்	20
நாய்கள் – 1	21
நாய்கள் – 2	22
நாய்கள் – 3	23
அகராதிச் சொற்கள்	24
தக்கைகள் மிதக்கின்றன	26
சிசுப் பருவம்	27
அயராத பேச்சு	28
எதுவும் தேங்குவதில்லை	30
எங்கும் வரவேற்பு	31
புதிய ஊழிக்காலம்	32
பாடுவது எனது தொழில்	34
சமன் காலம்	35
கடவுளே தவறவிடாதிரு	36
அரூப வால்	37
ஜீவ நடமாட்டம்	38
காலம் திரிந்த இடம்	39
காலத்தின் தாமதம்	40

மஹாவாக்கியம்	41
ஆட்காட்டி விரல்	42
சருவம் செய் மனம்	43
குன்றம் சூழ் நகர்	44
கலையும் உருவகம்	45
கடல் தாளமிடுகிறது	46
சிந்திக்கும் ரயில்	47
ஊர் சுற்றி வந்த மண்	48
எனது சொற்கள்	49
மறுபாதிக்கதை	50
சதுப்பு நிலங்கள்	51
மன இருக்கை	52
உபாயம்	53
இடையாடைப் பறவைகள்	54
சூட்டுக்கோல்	56
வேண்டுமெனில்	57
இன்னபிற குணங்கள்	58
பல உண்மைகள்	59
ஒரு கவளம் வயிறு	60
என்மனார் புலவர்	61
பிரார்த்தனை	62
புத்தன் தவற விட்ட பாதை	63
நினைவிலாடும் வாக்குறுதி	64
இலவு பழுக்காது	65
நிறைந்த வார்த்தைகள்	66
முன் விளையாட்டு	67
பழைய காலம்	68
ஓதிய எலுமிச்சை	69
அன்றாடம் தேடும் முட்டை	70
நீங்களும் நானும்	71
குளிர்காலத் தேனீர்	72
பழைய வழக்குகள்	73
ஒருவாய் நீர்	74
பாதுகாவலர்கள்	75
வாரணாசி – 1	76
வாரணாசி – 2	78

வாலிபம் கடந்த நிலை

வானப்பிரஸ்தமான காலத்தில்
அதிதிகள் தூரதேசங்களுக்கு
யாத்திரை செல்கிறார்கள்

செம்மறி ஆடுகளைக் கடந்து
இருப்புப் பாதை குகைக்குள்
நுழைந்து விரையும்
பயணத்தில் இல்லறம்
விட்டுவந்த பிரம்மச்சர்யம்
சற்றே சன்னியாசம் கொள்கிறது

வெண்மேகங்கள் சூழ்ந்த மலைமுகடுகள்
ஆன்மாவின் உயிர் லட்சியத்தை
அசூயைகளால் மூடியிருக்கிறது
பனியாறுகள் உருகிஓடும்
ஆற்றில் சூரியன் காணா நிலம்
அது உண்மையின் எளிமையை
நம் குரல்வளையோடு இணைக்கிறது
வாலிபம் கடந்த நிலை
கல்வியின் பழம் பூரித காலம்
அந்தப் பெருமரங்களின் ஆயுள்
மனிதனாய் இருப்பதன் அகாலம்

இந்தப் பிரமாண்டத்தின் முன்பு
துளிக்கண்ணீர் பனியாற்றில் கலக்கிறது
மிஞ்சும் வண்டல்

கண்மலர் கண்டவன்

ஒரு மலரைப் பார்த்துக்கொண்டிருப்பது
உற்று நோக்கலின்
நான்காம் பரிமாணம்
அது மாலையாகி
ஒளிமலரை காற்று மலரை
சத்தம் மலரை நிலம் மலரை
செடி மலரை
அசைத்து புள்ளிவட்டம்
சிந்துவது
கண்களின் சிமிட்டல்
அது வானம் நோக்க
அது என்ன துயரம்
வர்ணங்கள் இசைக்கும் நாளில்
இன்னும் பல மொட்டுகள்
அதன் மகரந்தப் பூச்சிகள்
நிலம் கடந்து போகும்
அத்துவான வெளி
கண்மலர் கண்டவன் இமைகளை மூடுகிறான்
சொற்களை மலர்களைப்போல மலர்த்துகிறான்

எப்போதும் மலர்களுக்கு அருகில்
கண்ணுக்கு தெரியா துறவிகள் அமர்ந்திருக்கிறார்கள்
மலர் போன்றவர்கள்
நீர்நிலைகளின்மீதும் நடக்கிறார்கள்
விதையோ புள்ளிவட்டத்தில் பெருக்கிறது!

பா. தேவேந்திரபூபதி

தேசம் நாய்களுடையது

தேசத்தில் காலடிகள்
கடலைநோக்கி மீண்டும் ஆற்றைநோக்கி
நாய்கள் மோப்பமிடும் தெருக்களில்
மனிதர்களின் பெயர்கள் அவற்றுக்கு
தெரிந்து விடுகின்றன
உப்பு விற்பவனை குறி சொல்பவனை
பாத்திரம் மெருகேற்றுபவனை
சவுரிமுடி விற்பவனை
காணாத நாய்கள்
நாரட்டை மரங்களின்கீழ்
மதிய வெயிலில் இளைப்பாறுகின்றன
அவற்றின் குட்டிகள் நெடுஞ்சாலைகளில்
குதூகலத்துடன் வாகனம்
அறியாமல் உருண்டு நடக்கின்றன
தேசம் நாய்களுடையது
அதன் வரலாற்றில் நிமிர்த்த முடியாத
வாலை நன்றியின் பொருட்டு
சட்டத்திற்காக வளைந்திருக்கும்படி
விட்டிருக்கிறார்கள்
காலடிகளில் பின்தொடரும் நாய்கள்
சிறுநீரைப் பெய்து தன் தடங்களை
திரும்பிவரத் தடயமாக்குகின்றன.
எல்லா மனிதப்பெயர்களாலும்
நாய்களை அழைக்கும் காலத்தில்
கானகம் நகரமான சுருக்கமான வரலாற்றை
ஏன் விளக்க வேண்டும்.

இலைகள்

அந்த இலைகளை வருடினேன்
என்ன மிருது கண்களால் தொடுவதுபோல
அவற்றின் ஒரக்கால்களில்
பட்டுப் போன்ற ரோமங்களும் அசைந்தன
ஆழ்ந்த மௌனமான வெண்ணிற
படுக்கையுள்ள அறைகளில் தன்மேலான
பனித்துளிகளுடன்
படித் தளங்களில் கண்கவர் பூங்காவில்
வனங்களிலும் நடைபாதை
குரோட்டன்ஸ்களுக்கு இடையிலும் அவை
அறியா வண்ணம் மறைந்திருக்கின்றன
நான் மென்மையாக குரூரம் மறைத்தபடி
அதை அழுத்திக் கிள்ளினேன்
மெழுகு போன்ற வழவழப்பான அவ்விலை
காயம் படவே இல்லை
பனித்துளியோ கைகளில் ஒட்டவில்லை
அதன் தலைமேல் இருந்த அழகிய வண்ண மலர்களை
பற்றி இழுத்தேன்
அவை ஒன்றுடன் ஒன்று பூட்டப்பட்டிருந்தன
கொத்தாகப் பிடித்துத் தூக்க ஒட்டியிருந்த
தொட்டியோடு மேலே வந்தது
என்ன உறுதி
துக்கம் தாளாமல் இந்தக் கோடைகாலத்தின்
சாலையில் நடந்தேன்
அனைத்து மரங்களும் தங்கள் இலைகளை
உதிர்த்து விட்டிருக்க
சருகுகள் காற்றில் அலைந்தன.

பா. தேவேந்திரபூபதி

காலத்தில் விளைவதில்லை

விருந்தும் மருந்தும் மூன்று நாட்கள்
காலையும் இரவும் சமையல் பாத்திரங்களை
கழுவும் இடத்தில் முடிகிறது
அவசரமான அழைப்பு மற்றுமொரு தகவல்
நல்ல செய்தி மனம் பதற மற்றுமொரு அதிர்ச்சி
நாய்கள் அதிகாலையில் உறங்கி விடுகின்றன
வெற்றிகரமான ஒருவன் அதிகம்
                             அறிமுகப்படுத்தப் படுகிறான்
குறிப்பிட்ட காலத்தில் கடலைகள்கூட விளைவதில்லை
நாளை என்பது இன்றாகி நேற்று
என்பது எதிர்காலம் என்கிறது நீதி
தொடக்கத்தில் எல்லாம் சரியாக இருந்திருக்கும்
திட்டமிடப்பட்ட வரைவுகளில்
பலதீவுகள் கடலில் மூழ்கிவிட்டன
கடலைக் கடைந்ததும் கிடைத்தது அமிர்தம்
தின்றபின்பு தொண்டையில் விஷம்
மனிதர்களுக்கு இருட்டில் வயதுமுற்றிவிட்டது
மூன்று நிமிடத்தில் வேறு ஏதேனும் நடந்தால்
நல்லதுதான் தகவல் கிடைத்தால்
சொல்லியனுப்புங்கள் விருந்திற்கு வர இயலாது.

கை மாற்று

பெருங் கனவு ஒன்று பற்றி எரிகிறது
ஆயிரம் சில்வண்டுகள் கத்தி ஓய்ந்துவிட்ட காலத்தில்
சிறகசைத்துப் பறக்கும் பாதையில்
பூமி மிதப்பதாக
கடல் மேல் நடந்தவர்களின் கதை வழியே
அவளுடைய முற்பிறவிப் பயனைச் சொல்ல
யார் இருக்கிறார்கள்
பெருங்கனவின் சிலை மண்ணில் புதையுண்டு போக
தலைரோமம் மண்மேல் சிலிர்க்கிறது
என்னிடம் ஒருசொல் வாங்கிக் கொண்டு
யாரோடு போகிறான் அந்த நாடோடி
பலவாறாக உணவுகளைச் சிந்தியபடி
அந்தக் கனவை உங்களின் பொருட்டு
இறைவனிடம் கொண்டு போகிறானா
கனவுகள் பற்றி எரியும் முன்
விரைவில் மலர்களை கைமாற்றிக் கொடுத்து
விடவேண்டும் தானியங்களையும் கூட

பா. தேவேந்திரபூபதி

பிரிவின் மறுபக்கம்

இலந்தைகள் பொறுக்க ஆளற்று
பாலையில் எறும்புகள் திரிகின்றன
பிரிவென்று சொல்லிப்போன அந்தியின்குறும்பு
அதிகாலைச்சூரியனாய் வெட்கித்து உதிக்கிறது

உன்னை ஒரு பழம்பாடலில் நினைவுகொண்டு
திரும்பிய என் அன்றாடங்கள்
நீர்க்கத் துவங்கிவிட்டன
புளிப்பான பழங்கள் அலுப்பூட்டும் தினசரித்தாள்கள்

வந்து நின்றுவிட்டேன்
உன்பிரிவின் மறுபக்கம்
சொல்வது யாருக்கும் எளிது

பாலையில் பாம்பென இல்லை நண்பா
சிறிய விட்டிலாய்
ஒரு தளிர் இலையாய்
வலைகளற்ற மீனவனாய்
இன்னும் நான் இருக்கிறேன்

பிரிவென்பது காதலில் ஒரு ஊடலறிவு
தெள்ளிய மணல்போல் உலர்ந்துவிட்டது
என் இதயம்
திரும்புவாய் எனில்
ஆர்ப்பரிக்கத் துவங்கிவிடும் என்பாலைத் தனிமை

பகற்கனவு

சின்னஞ்சிறு உயிர்களுக்கு
கனவு உண்டா
பகலின் கனவில் இரவின் தோற்றப்பிழை
நாய்களின் கனவில் நெடுஞ்சாலை
களைச்செடிகளுக்கு வயலின்கனவு
மரத்திற்கும் ஊற்றின் கனவு இருக்கலாம்
என் கனவின் இலைகள்
உன் முத்தத்தின் உதிர்காலத்தில் இருக்கிறது
நிலம் விரிகிறது
வருவதும் போவதுமாய் தூரங்களை
இமைப்பொழுதில் கடக்கும் இந்த யுகத்தில்
உன்னிடமே இருக்கிறது என் பேரீச்சைமரம்
கூடவே ஒரு சிறிய நன்னீர்நிலை
உன் கனவில் என் சிறு சொல்வெடித்திருக்கலாம்
கவிதை எழுதவும்கூட
இப்பிறவி நம்மை அனுமதிக்கிறது

கனவுகள் பறந்துகொண்டிருக்கும் வெளியில்
அதைத் தட்டிவிடாமல்
கனவில் நுழைகிறாய்
காயங்களைப் பழங்களைப் போல அன்பே
உரித்து காத்திருக்கிறேன்
பிரபஞ்சத்தில் இது எத்தனையாவது முறை

பா. தேவேந்திரபூபதி

சூன்யப்பிறவி

வாழைமரம் என்று என்னைச் சொல்லலாம்
பூக்கும் முன் இலை வெட்டினார்கள்
பூத்தபின் சருகுகள் உதிர்த்தேன்
குலைதள்ளவும், கன்று வளர்க்கவும்
வாழையடி வாழை தான் நான்
பழங்களுக்கு குரங்குகள்
நார்களுக்கு மலர்கள்
தண்டுகளுக்கு சமையல்
அடிக்கிழங்கில் இருக்கிறது என்மூளை
நிலம் கிளர்த்தி அடியூன்றி காற்று தாங்கி
வானில் ஏகும் என் தாபம் நீர்மையானது
நிழலுக்கு ஆவேனா தெரியாது
ஒரு தலைமுறைக்கு ஒருமுறை உயிர்ப்பேன்
என் பரிணாமத்தில் குரங்குகள்
மனிதனானதைப் பார்த்தேன்
மனிதர்கள் கடவுளானதையும் பார்த்தேன்
பார்க்கவில்லை பேராலமர விதைகளை
அதன் சூன்யத்தை பின்பு ஒருபலனும்
அற்ற பிறவியை

நிலமனிதன்

குதிரை பிறக்காத கண்டத்தில்
ஓர் பனிமலை உயர்ந்த நிலவும்
கடலின் நாதமும் பள்ளச்சரிவுகளின் ஓலமும்
வயலோடிய பனியாறுகளின் இரைச்சலும்
இசையாகும் பூமியில்
நானொரு நில மனிதன்
எனக்கு நானூறு தெய்வங்கள்
முப்பத்து முக்கோடி உறவுகள்
வீடுபேறும் நிலைபேறும் நீதியும்
நிறைந்ததோர் பழங்காலத்தில்
அவதரித்தேன்
பயணமாகும் எம்மனிதரின்
பாதைகள் தோறும் பண்டங்கள் உண்டேன்
இரவும் பகலும் இங்கேதான் சுற்றுகிறது
என்னோடு பயணித்தவர்களின்
இரங்கற்பாடல்கள், கடவுளின் முணுமுணுப்பு
கால்நடைகளின் புல்வெளி
ஆயினும் ஒரு குதிரை தான்
அது என்னை சுமந்து செல்கிறது

பா. தேவேந்திரபூபதி

நாய்கள் – 1

எப்போது துவங்கினேன்
நாய்களுடனான நடைப்பழக்கம்
வேட்டைக்கான கானகத்திலா
வியர்வைக்கென நெடுஞ்சாலையிலா
நடப்பட்டிருக்கும் கம்பங்கள் தோறும்
சிறுநீர் கழிக்கும் நாய் எனது
வீட்டுப்பாதையை தனதாக்கியிருக்கிறது
அதன் வாலில் இருந்தே குணங்களின்
மொழியைத் தெரிவிக்கிறது எல்லாவற்றையும் கடத்துகிறது
வழிநடையில் பல தடங்களை காலங்களை அது முகர்கிறது
நாய்கள் நித்தியத்திலிருக்கின்றன
இரவின் திசைகளைக் குரைத்து அரற்றும்
அதன் விலங்குப் பற்கள், தனிமை தாளாமல்
தன் எஜமானனின் உடல் பற்றி நான்கு கால்களால்
எழும்புகிறது.
அன்பும் வன்மமுமாய் இருவருக்குள்ளும் அச்சம்
நான் அநித்தியத்தில் இருகால் மனிதனானேன்
விலங்குகளை கைக்குள் வைத்தும் கண்டித்தும்
ஏவியும் கானகத்திலிருந்து வீட்டிற்கு
இப்படித்தான் வழிநடையாய்
இருவரும் வந்து சேர்ந்தோம்

வாரணாசி

நாய்கள் – 2

குன்றுறை அய்யனார் கோவிலில்
குச்சில் சிலை குரைக்கிறது
நான்கு திரிசூலம் நடுமத்தியில் எலுமிச்சை
மோட்டுவளை சாமி செம்பூதக் கண்கள்
வெட்டரிவாள் தாங்கி வேட்டைக்குபோனவன்
நாயைக் குளிப்பாட்டி நடுவீட்டில் வைக்க
நாலுவேலி நிலம் காத்தது
நட்டவயல் கன்று காலி பட்டியடைந்தது
நன்று அதற்கொருசிலை என்கிறது
நாட்டார் இலக்கியம்
கக்கியதை நக்கித்தின்னும் நாய்
எச்சில்கலை நாய்
வெறிபிடித்த நாய்
நதியெங்கும் நீர்போனாலும்
நாய் நக்கித்தான் குடிக்க வேண்டும்
நாய் பட்ட பாடு
நாயினும் கீழானவன்
நாய் விற்ற காசு குரைக்காது
நாயும் பிழைக்கும் இப்பிழைப்பு
நாயைக் கண்டால் கல்லை காணோம்
கல்லைக் கண்டால் நாயை காணோம்
போதாமல்
நாயினும் அடியேன் என்றார் நாவுக்கரசர்
நாற்பது வயதில் நாய்குணமாம், நானறியேன்
எங்கும் நீக்கமற நிறைந்து
ஆட்சிசெய்கிறார்
நாய்மீதமர்ந்த கடவுள்

நாய்கள் – 3

நாய்களுக்கு நன்றி என்றொரு சொல் தெரியும்
பலஆயிரம் வருடங்கள் பயிற்றுவிக்கப்பட்டு
பழகிய ஒரேசொல்
அன்றியும் நாய்கள் எசமான இருளை
குரைத்து முடுக்குகின்றன
நிலவுக் குரைப்பிலிருந்து சூரியக் குரைப்புவரை
நடுஜாமங்களை நாய்க்காலம் எனலாம்
வாசனைகளால் அமைதியற்று
ஓசைகளால் செவிகூர்ந்து
ஆசைபோல அங்கும் இங்கும் ஓடும்நாய்
ஒரு நிலைப்பாடு
விஷத்தின் பற்கள் படாமல் வளர்த்தவனின்
விரல்கடிக்கும் ஏதும் செய்யாமல்
வந்து இடுப்பில் இடிக்கும் முடங்கும்
மௌனிக்கும் நாவினைத் தொங்கவிட்டு மூச்சிளைக்கும்
வீடு விட்டோடிக் காயம்பட்டு வந்து நிற்கும்
உறங்கும்போது ஊளையிடும்
நாய்ச்சகுனம் நிறைந்தவைதான் நகரத்து தெருக்கள்
அதன் ஈனஒலி தாங்காமல் கல்லெடுக்க
பின் நம்மைவிட்டு நெடுஞ்சாலையில்
ஓடிக்கொண்டிருக்கும்
ஏகாந்த நாய்

அகராதிச் சொற்கள்

நள்ளிரவிற்கும் பகலுக்கும்
இடையே 'நான்' என்ன செய்கிறது
நாளோ தன் பங்கை ஆற்றுகிறது
கருங்காலி மரங்கள்
செயற்கை – பூந்தொட்டிகள்
சூளையில் வேகும் மண் ஜாடிகள்
உலகம் பால்வெளியில் மிதக்கிறது
பருவத்திற்கு ஒரு பழம்
பிராயத்திற்கு ஒரு எண்ணம்
பிறவிக்கு ஒரு கடமை
நாள் காசு மலர் பிறப்பு
எல்லாவற்றிற்கும் ஏதோ உறவிருக்கிறது

கடந்து வந்த பாதையைப் பார்க்கையில்
பழங்குடிகள் வேட்டையாடி
பரதவர்கள் மீன்பிடித்து
விவசாயம் வேண்டி விலங்குபழக்கியது
தாளாண்மை, தயவும் வழியும் தான் மிஞ்சியது
ஆள் ஆண்மை வெறும்
அகராதிச் சொற்கள்

பா. தேவேந்திரபூபதி

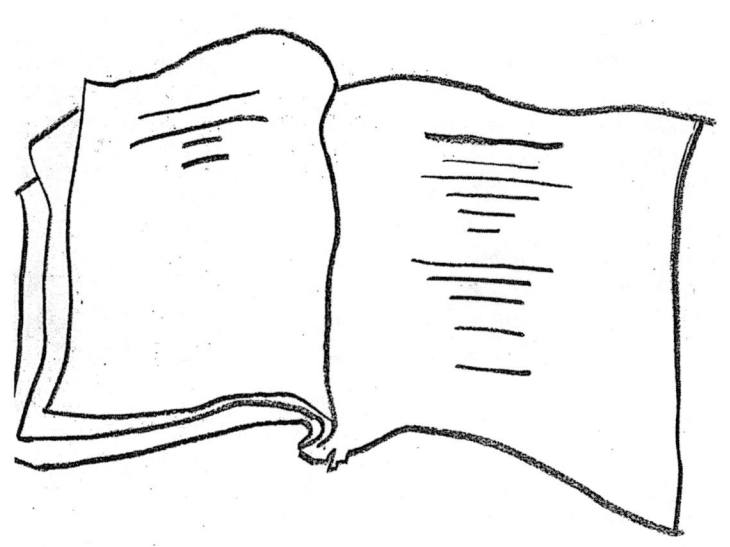

தக்கைகள் மிதக்கின்றன

நதி நீண்ட அமைதியில் கிடக்கிறது
நெடுநாளாய் படகோட்டியையும் காணவில்லை
ஒரு மாமாங்கம் அக்கரை என்றால்
இக்கரையில் பச்சை படர்ந்து விடுகிறது
அனுதினமும் நதியில்
சூரியன் தனியே நீராடல்போடுகிறது
கடந்தவர் ஆயிரம், இருந்தவர் நூறாயிரம்
இறங்கி மூழ்கியவரும், நீந்திக் கரையேறியவரும்
எத்தனையோ
புழுவின்றி வெறும் தக்கைகள் மிதக்கின்றன
தொலை வயலில் மதகுகளை அடைத்துச் செல்கிறான்
விவசாயி
நத்தைக்கூடுகள் வெயில் காய்கின்றன
என் நதிக்கு ஒரு மூலம் எனில்
மூலத்தில் நான் நதியாய் இருந்திருப்பேன்
என் படகோட்டி அக்கரைக்கும் இக்கரைக்கும்
என்னை அலைக்கழித்தான்
அவன் படகு வரும்போது என் அலை
நிரப்பத் துடித்தேன்
என் அலைமீது அவன் துடுப்பு உந்தும்போதுதான்
அது வெற்றுப்படகென உணர்ந்தேன்
இப்போது படகுமீது இரண்டு துடுப்புகள்
அது நதியில் ஆடுகிறது தானே கரை சேர்கிறது
இயங்கும் மூலத்தில் நதியும் படகும்
நான்தான் ஆனாலும் ஆயுட்காலம்
துடுப்பையும் வைத்துக் கொள்வேன்

பா. தேவேந்திரபூபதி

சிசுப் பருவம்

மயக்கம் என்றால்
உணர்வு மரத்துப்போதல்
பலவேளைப் பசி மதிய வெயில்
கண்மறைப்பு அல்லது உண்ட மயக்கம்
மாறாக பாம்பா கயிறா
யானையா மரமா
அழகில் மயங்குவது எதில் சேர்த்தி
மதுவில் மயக்கம்
மருந்துகளால் நினைவு தப்புதல்
மாலை மயக்கம்
ஒன்றை மட்டும் பற்றி நிற்றல்
எதன் பின்னும் மயங்கித்திரிவது
நினைவின் வன்முறை தாளாமல்
சிசுப்பருவம் ஒடுங்குவது
வலியின் தீவிரத்தை உடல் மறுப்பது
மயக்கம் வருவது நல்லது
ஈர்ப்பு விசையில் ஒரு கணம் தப்பிக்கலாம்
வலியற்ற மூளைக்குள்
இரத்தம் பாயாமலிருப்பது
பிறவி மயக்கம் தெய்வசங்கல்பம்
அல்லது பொருட்களைத் தட்டிவிடாமல்
ஆடும் மேசை நடராசர்

அயராத பேச்சு

இன்று எதிலும் இல்லை
ஏர் உழவு காலத்தின் பாடல்கள்
அடிமரத்தின் வீட்டுப் பலகைகள்
நாள் உலர்த்தும் பறவையொலிகள்
அந்த மேகங்களும் இப்போது இல்லை
பழகுபவர்களின் அயராத பேச்சு
எல்லா அர்த்தங்களையும் நீத்துப்போகச் செய்கிறது
கால்களை கழற்றி வைத்துவிட்டு
படுக்கையில் விழுகிறது உடல்
நட்சத்திரங்கள் பூமியைப் பார்ப்பதில்லை
நிலவுசோகையாக ஊர்ந்துபோகிறது
பிறக்கும் குழந்தைக்கு
ஒரு மரம் நடப்படுகிறது
பூமிக்கு அந்தப்பக்கம் போகும் முன்பு
சுழன்று மீண்டும் இந்தப் பக்கமே
வந்து விடுகிறது
அடவுக்காரன் தொலைவில் ராகமிழுக்கிறான்
ஒரு தானியத்தை உள்ளங்கையில்
வைத்தேன்
வரலாற்றின் பாதையேன் இப்படி
நீண்டுகிடக்கிறது.

பா. தேவேந்திரபூபதி

எதுவும் தேங்குவதில்லை

இரண்டாயிரம் வருடம்
ஓட்டமும் நடையுமாய் வந்திருக்கிறது
அது என்னருகே ஒரு செய்தியைச் சொல்லி இருமுகிறது
பலவாறான கதைகள் ஆயினும்
காலத்தின் முதிய தடங்களை என் இளமையில்
உதறித் தள்ளினேன்
ஒரேவருடம் அது தீர்மானங்களை ஏன் முற்றிலும்
மாற்றிப்போட்டது
யார் வாசலில் அது தேங்கிக் கிடக்கிறது
பழங்களைச் சுமந்து திரிகிறாள் முதியவள்
மரக்கனித் தோட்டங்களின் ஊடே
இளம்மாலையில் என் வெறுமை மீது
அனைத்தும் உயிர்க்கின்றன
மிகச் சோபிதமாய் மாறுகின்றன
என் உடல்வலிகள்
இருப்பினும் காதலை மெதுவாகச்
சொல்லும்போது அது ஏன் இறந்துவிடுகிறது

பா. தேவேந்திரபூபதி

எங்கும் வரவேற்பு

வெறும் பறவையொலிகள் மட்டும்
கேட்கட்டும்
என் அதிகாலை கனமற்று இருக்க வேண்டும்
பயனில்லாத காலத்தில்
ஏராளத் தேவைகள் அவை
வெளியே நிற்கின்றன
இரவைத் திறந்து விடுகிறது சூரியன்
பனித்துளிகளுடன் இலைகள்
வறட்சியான என் சருமத்தில்
தென்றலைப் பரத்துகின்றன
நிச்சயமின்மையின் அன்றாடங்களில்
எனக்கொரு சாளரம் இருக்கிறது
அதன்வழியே காதலின் ஊழிநிலம் அடைவேன்
எங்கும் வரவேற்பு நிகழும்போது
மழைத்தவளைகளின் சப்தம்
கூடற்ற பறவைகளின் தொலைநோக்கி
எனது கண்கள்
அன்பின் ஒருநாள் தொலைவில் இல்லை
தேவைகள் அது ஏதும் என்நினைவில் இல்லை.

புதிய ஊழிக்காலம்

நேற்றில் இருந்து
இன்றுக்குள் தாவினேன்
நீயிருந்த புல்வெளியில் புறாக்கள் தத்துகின்றன
மதியம் என்றொரு அழகான வார்த்தை
ஏன் என் அத்தனை சொற்களிலும்
உன் யௌவனம் நீந்துகிறது
காலம் கடக்கலாம்
கருந்துளையின் கணிதம் முடியும்முன்
உனக்கான வாக்குறுதிகளைச் சேகரிக்கிறோம்
காகம் நீர் குடிக்கும் பானைக்கு
எனது கற்கள் போதவில்லை
புதிய ஊழிக்காலத்தில்
உன்னைக் கரை சேர்ப்பது
காவிய காலத்தின் புராணிக நிமித்தம்
இந்தப் பருவத்தின் விளையாட்டில்
நாம் இருவரும் மக்களைப் போன்றே கயவர்தாம்
இன்னும் நீ நாளைக்குள் இருக்கிறாய்
வாக்குறுதிகளை ஞாபகமூட்டாதே
சிறிய சப்தம் என்றாலும்
புறாக்கள் பறந்து விடும்.

பா. தேவேந்திரபூபதி

பாடுவது எனது தொழில்

கலம்பகங்கள் பாடிய முன்னோர்
வில்வண்டிகள் கடந்த மண்பாதை
நெருஞ்சியும் ஊமத்தையும்
நெடுநெல் வாடையும்
ஓடையும் நதியும் ஓய்வற்ற கால்நடைகளும்
களர்நிலங்களுக்கு அப்பால்
கூக்குரலிடும் மணல் வீடுகளும்
எனது நிலம்

ஓர் அரசு, அத்தி, ஆல் எனப் பால்
மரவிழுதுகள் என் குலம்

நிலத்தில் ஓடிமறையும் என்காதலி
உடைந்த மண் வளையல்கள்

ஒன்றும் பேசாத காவல் தெய்வம்
உடைமரத்தின் கீழ் ஊரும் எறும்புகள்
எறியும் கைப்பிடி முளைவிதைகளுக்கு
சில நூற்றாண்டுகள் காத்திருந்தேன்
பழைய சோற்று நீரும் அதன் பண்புகண்ட
உழுநிலத்தில் என்றும் பதறாத
குலம் என்னுடையது
பாடுவது என் தொழில்.

பா. தேவேந்திரபூபதி

சமன் காலம்

சிறு கரண்டிகள் கிடக்கும்
உணவுத் தட்டில் வயல்
கொண்டு வருகிறது தனது ஜீவசத்தை
தூண்டிலை அசைக்கிறது
தக்கையின் மீதான கண்கள்
நாள் ஓய்ந்து போகிறது நகரவெறுமையில்
கால் வலியும் காதலும்
காரண காரியச் செய்திகளும்
திரும்புகின்றன
உடல்சத்தில்
வயதுக்கும் எனக்கும் தீராக்கணக்கு
பழங்களுக்கும் ஊன் உணவுகளுக்கும்
சமன் காண்கிறது காலம்
கரண்டிகள் உணவைப் புரட்டுகின்றன
வாயருகே அவற்றின் பாடல்
ஒருமுறை வந்ததற்கு புல்இழைகள்
வேர்ப்பற்றுடன் தொடர்கின்றன
எல்லாவற்றையும் அசைபோடுவது யார்
தூண்டிலைச் சுண்டுகிறது கண்.

கடவுளே தவறவிடாதிரு

ஒரு துளித்தண்ணீர்
இந்த மேருமலையைக் கடந்து விடலாம்
சில்லிடும் குளிர்காற்று
கால்புதையும் பாலையை எதிர்த்துப் போகலாம்
மௌனத்திலிருந்து ஒரு சொல்
இரைச்சலிடும் சந்தையைக் கடக்கப் போதுமானது
கொஞ்சம் ஆழ்ந்த உறக்கம்
எழுந்து வீழ்ந்த மரங்களைத் தூக்கி நிறுத்தலாம்
காதலில் இருந்து ஒரு மன்றாட்டு
பிறவியை அதற்கு முன் கிடத்தலாம்
நோயுற்ற நிலங்களைச் செம்மையாக்க
வேண்டும் ஒரு குரல்
ஆதிக் கடவுளே தவறவிடாதிரு
வேலைகளைத் திட்டமிடாதிரு
பூமியில் எனது பாரங்கள் கனக்காது
பனியைப் போல கரைவேன்
அதன் பௌருஷம் எனது கலை
உண்மையில்
உனது நீதியின் பொருட்டே அனைத்தும்

பா. தேவேந்திரபூபதி

அரூப வால்

எங்கோ திரியும் அரூபத்தை
எனது பின்னல் வலை பிடிக்க விரும்புகிறது
சில தெய்வங்கள் காடுகளின் இசை
ஒரு உட்பொருள்
முதலில் வலையில் உள்ள சிக்கல்களை
பழுது நீக்க வேண்டும்
அவை தொலைந்து போன பழைய
பொருட்களை சேகரித்து விடுகின்றன
வீதி கடந்து போன பின்பும்
யானையின் உருவம்
துவாரம் நுழைந்த பின்பும் பாம்பின் வால்
காதலியின் சிரிப்பிற்கு பின்பு
உரைக்கும் அர்த்தம்
இப்போது அரூபம் நெளிகிறது
பிடிக்கும் முன்பு
சீறிப்பாயும்
அந்த வால்நட்சத்திரம் குறுக்கிட்டு விட்டது

ஜீவ நடமாட்டம்

நல்ல நிலங்கள்
யாரின் பார்வையில் இருக்கின்றன
உதிர்ந்த மரச் சருகுகளை தீமூட்டி சாம்பலாய்
உரமிடும் அல்லது பருவத்தில் மழைபெற்றுவிடும் நல்லநிலம்
உயிர் சம்பவத்தில் காதலை விரும்பித்தான்
ஜீவ நடமாட்டம்
அதற்குள் ஒரு கோடி மலர்கள் வாடி விழுந்து விடுகின்றன
ஆதவன் தோன்றி எத்தனை ஒளியாண்டுகள்
இப்போதும் ஓரிரண்டு சொற்களை
இறுகப்பிடித்துள்ளேன்
நம்பிக்கைகளை விதைக்க முடியவில்லை
அவற்றின் ஓடு கடினமாயிருக்கிறது
கடலில் இருந்து வீடுவரும் மீன்
உணவிற்கு மேல் என்ன செய்தி சொல்கிறது
ஒரு அலையைத் தின்று விட்டு
ஓராயிரம் அலைகளை வேடிக்கை பார்க்கிறேன்
நீதியின் நிமித்தம் ஒரு நல்ல நிலத்தை
எனக்கு சிபாரிசு செய்யுங்கள்
ஒரு நாற்றை யேனும் நட்டு விடலாம்.

பா. தேவேந்திரபூபதி

காலம் திரிந்த இடம்

கைச்சிலவாய் இருக்கிறது நாட்கள்
கணக்கு ஒன்றும் இல்லை
என் மேசைக்கோ உருளும் சக்கரங்கள் இல்லை

அது என்காலில் விரைகிறது
வடிவங்கள் குலைந்து போய்
அர்த்தங்கள் மீந்து கிடக்கின்றன
சின்னச் சிறிய மூட்டெலும்புகளால்
அதை கடக்க முயல்கிறேன்

பாலையும் குறிஞ்சியும் காலத்தில்
இடம் திரிகின்றன
நான் ஒரு தலையாட்டும் மரத்தின் கீழ்
இருக்க விரும்புகிறேன்
பதில் சொல்ல காற்று மட்டும் வீசுகிறது
நாட்களை வீசியெறிந்தேன்
அவை மிகத்துல்லியமாக ஒரு ஒழுங்கில் அமர்கின்றன
ஒரு காதல் அதன் நாளை மௌனமாய்
விட்டுப் போயிருக்கிறது.

காலத்தின் தாமதம்

மீன்காரன் சில பூனைகள்
அவர்களின் உலகம் பழையது
எனது வழியெங்கும் சேகரித்த
உணவுகள் சிற்றுயிர்களுக்குச் சிந்துகின்றன
ஓரிரு முறை நேரில் பார்த்தவர்கள்
யாத்திரை போயிருக்கிறார்கள்
நான் உலகம் வளையும் விளிம்பில்
பசித்திருக்கிறேன்
கொஞ்சம் கடந்த காலம்
அது சில்லரையாகக் குலுங்குகிறது
அதை எதிர்காலத்திற்குள் வீசியெறியும்முன்
நிகழ் காலத்தின் தாமதத்தில்
மீன் தூண்டிலில் சிக்கிவிட்டது
பூனைகள் பின்தொடர
பழைய தொழில் தான் வளையும்
விளிம்பில் சூரியனுக்கும் ஒரு பங்கு தருவேன்
நானறிய அதுதான் இறந்த காலத்தின்
பயனறியாமல் ஜீவிக்கிறது.

பா. தேவேந்திரபூபதி

மஹாவாக்கியம்

வாழ்வை கேள்விகளிடம்
விட்டுவிட்டேன்
ஒரு பதில் எனது கழுத்து வலி
சரிதான் என்றது
இன்னுமொன்று நாளை மறுநாள்
சொல்வேன் எனப் போய் விட்டது
சற்று முன்பு ஒன்று
உணவுத்தட்டை வைத்துவிட்டு நிற்கிறது
கேள்விகளை கலைத்துப்போட்டு
அடுக்கினேன்
மஹாவாக்கியம் நெற்றிப்பொட்டில்
அறைந்தது
இது எத்தனையாவது பிறவி
பதிலை தள்ளிப் போட்டேன்
சுவற்றுப்பல்லி இரையைக்கவ்வ
சேதி அறிந்தேன்
நடுமனத்தின் பயம் ஊர்ந்து மறைந்தது
நாளை மறுநாள் யுகமென்றது அறிவு

ஆட்காட்டி விரல்

இந்த மழைக்காலம்
கிணறு நிரம்பவில்லை என உழவன் சொன்னான்
இந்த வெயில் நாகரிகமற்றது
என்ற முதியவன் சட்டை அணியவில்லை
இந்தக் கலியுகம்
முன்னெப்போதும் காணாதது
என்றான் சித்தன் சிற்றம்பலம் அவனது பெயராம்
ஒரு ஆட்காட்டி விரலில்
உலகைக் கண்டுபிடித்தவன்
யாரிடம் அதை ஒப்படைத்தான்
யானை மீது சவாரி செய்பவன்
மத்தகத்தின் மீது காசு வாங்குகிறான்
ஒரு விரல் யானையோ புல்தரையை
பிராண்டுகிறது
அந்நேரம் வானில் மிருகசீரிட
நட்சத்திரம் கண்சிமிட்டியது
அப்போது சித்தனிடமிருந்ததோ
சில செல்லாக் காசுகள்.

சருவம் செய் மனம்

கனகாலம் மெய் வளர்த்தேன்
சிலகாலம் மையலுற்றேன்
உருவம் உருவம் என்றே உலகளந்தாலும்
உடன் வரும் நிழலும் சுடுகிறது
காற்றைப் பிடித்து ஊற்றைக் குடித்து
சோற்றைக் கடப்பார்
நேற்று இன்று நாளை என்பார்
சகவாசம் வெளிவேசம்
என் பெயர் உருவமா அருவமா
மெய்யுடலை சருவம் செய்கிறது மனம்
சகதியில் அகதியில் தன்னகத்தே
உயிர் மெய்ஞானம் கண்டு
உழல்வது ஓர் பௌதீகம்
ஓட்டைப் படகும் ஆற்றில் அழகு
ஓடும் மீனுக்கு ஒய்யாரக் காத்திருப்பு
கருவாய்ப் பிறந்து தருவாய்
தருவாய் தக்க பதிலெனில்
கேள்வியாய் மிஞ்சாதே என்கிறது அகம்

குன்றம் சூழ் நகர்

என் உள்பெட்டியைத் திறந்தேன்
பலவும் தோன்றி விலகிய பின்
ஒரு பேதை தோன்றினாள்
நான் முற்பிறவியை அறிந்தவனில்லை
அவன் காதலின் செவி வழி
உன் பாதை அடைந்தேன் என்றாள்
குன்றம் சூழ் நகரில் குளந்தங்கரையோரம்
நானிருந்தேன் ஒரு தொட்டால்சிணுங்கியாய்
நீதான் தொட்டுவிட்டுப் போனவன் என்றாள்
என்கைபேசி இன்னும் சிணுங்குகிறது
நானில்லை நீயறிந்த நான்
வேறு நானில்லை நீ அறிய நான் என்றேன்
நான் உன்னை மட்டுமே அறிவேன் என்றாள்
மங்கையொரு பாதியல்ல வெறும்
சேதி என அறிந்தேன்
எனைத் தொட்டாலும் இனி எங்கும் சிணுங்கேன்
என் உள்பெட்டியும் மூடேன்

பா. தேவேந்திரபூபதி

கலையும் உருவகம்

நீலவானம் கடலும் நீலம்
எனது நிலம் அதன் கருணையின்நிறம்
புஷ்ப ராகங்கள் வாய் மலர்ந்து பாடுகின்றன
உன்னிலிருந்து அதன் நாதம் வியாபிக்கிறது
உயிர்ப்பின் காலை மாலை
யார்கணக்கில் ஓர் நாள்
நான் வயதானவனாய் உணர்வதில்லை
மாறும் காலங்கள் தோறும்
புன்னகையுடன் என் கை நழுவும்
நாணயங்களிடையே தழுவுகிறேன்
மேகம் பொதியாகவும் தாகம் நதியாகவும்
பிரபஞ்ச இரகசியம் இருக்க
தசாப்தங்கள் கண்ட கடல் அலைகள்
அமைதியுறுவதும் இல்லை
எனக்கது ஆன்மாவை ஊட்டியது
அதில் கலையும் உருவகம் நான்...

கடல் தாளமிடுகிறது

பிறப்பிலிருந்து
ஒரு சொல்லுக்கு நீர் வார்த்தேன்
அது வனமாகி பின் பாலையைத் தேடியது
உடலில் இருந்து ஒரு ஒற்றைப்புல்லிற்கு
உறவு கொண்டேன்
இரத்தம் பாய அது என் சருமமானது
அங்கே வனவாசிகள் உறங்குகிறார்கள்
எனது தீப்பந்தம் எரிகிறது
உங்களை உங்களிடம் சேர்க்க
எனதான காரணம் ஒரு ஆயுள்
மீண்டும் மீண்டும் பிறப்பவர்களின்
பாதையை கல்லெடுத்து மூடியவர்கள் யார்
ஆலயங்களில் மணியோசை கடல் தாளமிடுகிறது
அடைமழைக்காலப் பறவைகள் நடுங்குகின்றன
அனைத்திற்கும் நீர்வார்க்கும் கரங்கள் யாருடையது
காரணங்கள் போதுமானது
எனது சருமமும் நடுங்குகிறது

சிந்திக்கும் ரயில்

மறுத்துச் சொன்னவைகளிடம்
திரும்பிக் கொண்டிருக்கிறது காலம்
காதலின் ஒரு முனையைப் பிடித்துக்
கொண்டு போனவர்கள் திரும்புவதில்லை

எனது அத்தி பழுத்துக் கொண்டிருக்கிறது
ரயில் பெட்டியின் சிந்திக்கும்
சன்னல் இருக்கை
இறங்குவோரும் ஏறுவோறும்
நிழல்களாய் நிலையம் பயணிக்கிறது

எனது உடமைகள் அதை
எடுத்துச் செல்கிறது பிறவியின் விதிகள்
குவிந்த தண்டவாளச் சரளைகள் அவையும்
முனை மழுங்கி விட்டன
வெளிக்கும் நிலையத்திற்கும்
இடையில் ஓடும் இரயில்
காலம் நிலையத்தில் இறங்குகிறது
வெளியில் ஏறி இறங்கிய
அந்தப் பறவை கடைசிப் பெட்டியின்
கைப்பிடியில் அமர்ந்திருந்தது

ஊர் சுற்றி வந்த மண்

எத்தனை தூரத்தில் இருந்து வந்தாலும்
காற்றும் மனிதனும் மோதுமிடமே
பள்ளத்தாக்கு
ஒரு ரூபாய் நாணயத்தை ஆகாயத்தில்
சுண்டி விட்டாயிற்று
தலையா பூவா
மலர் தலை மானிடம்
எனது புகைப்படப்பெட்டி கடலை அசைக்கிறது
நான் வரைபடங்களை விரிக்கிறேன்
விநாடிக்கும் குறைவான நேரத்தில்
அந்த ஊர்சுற்றி மண்ணை முத்தமிடுவதைப்
பார்த்தேன்
புயலும் பூகம்பங்களும் உண்டாக்கிய
பள்ளத்தை இட்டு நிரப்பும் இடுபொருட்கள்
நிவாரணங்கள் கருந்துளையில் பாய்கின்றன
எனது சாட்சி இப்படியானது
கவனிக்க
சுண்டிய நாணயம் இன்னும் தரையடையவில்லை
அப்படியெனில் சொல்லுங்கள்
நாம் வரைபடத்தில் எங்கே இருக்கிறோம்.

பா. தேவேந்திரபூபதி

எனது சொற்கள்

விளையும் பூமியின் மீது
விண்மீன்கள் சிமிட்டுகின்றன
நாளங்காடியில் இஞ்சியும் கருமிளகும்
பற்பசை மற்றும் பச்சைமசிப்பேனாவும்
வாங்கினேன்
எனது தெருவிற்கோர் விளக்கு
எனது திசைகளுக்கு ஒரு ஒப்பந்தம்
சூரியத் தீர்ப்பிற்கு அஞ்சி நிலவொளியில்
மறைகிறது எனது கவிதை
இங்கே உலாவும் மனிதருக்கும்
பாதைகளுக்கும்
வானத்திலிருந்து இறக்குமதியாவது என்ன
இந்த இரவு பகல் காரணங்கள்
எங்கிருந்து வருகின்றன
அந்த நட்சத்திரம் உதிர்ந்தபோது
என் மூளையில் மின்னியது என்ன
மிகச் சிறப்பாக விளைந்தவையின்
உறுப்புக்கள் எனது சொற்கள்
அவை இஞ்சியும் கருமிளகும் இட்டு
வறுக்கப்பட்டிருக்கின்றன
இப்போது மேசையில் அமரலாம்
உணவு ஆறிக்கொண்டிருக்கிறது

மறுபாதிக்கதை

பிராயத்தில் என்னிடம் ஒரு மொழி இருந்தது
அம்மொழியில் ஒரு பெண்ணும் இருந்தாள்
அவளின் பின் கழுத்தில் வழிந்தும் தவழ்ந்தும்
கணுக்கால்களில் அமர்ந்து நீராடியும் வளர்ந்தேன்
மொழியில் பெண்கள் செய்யும்
கலையும் கை கூடியது
அவள் நடுக்குற்று காதலாய்க் கண்ணீர் மல்கி
வாதைகள் பற்றிய நேரங்களில்
நான் அறிந்த கதைகள் ஆயிரம்
அன்றிருந்து பெண்மொழி
பிதற்றுதல் என் வழக்கானது
ஒரு பாதி வேலைதான் எனக்கிடப்பட்டது
மறுபாதியை கதைகளுக்கு தானம் வார்த்தேன்
இங்கு அனைத்தும் பெண்ணுக்கானது
எனினும் பறவைகளுக்கு இரையிடுகிறேன்
எனது கூண்டுகளோ இனிப்புக் குச்சிகளால் ஆனது
அதில் ஒரு தானியக் குவளையும் உண்டு
அலகுகள் என் பிராயம் கொத்தகொத்த
கூண்டுகள் ஒடிந்து நொறுங்க
அந்த மறுபாதிக் கதையும் நிரம்பித்தான் விடும்.

பா. தேவேந்திரபூபதி

சதுப்பு நிலங்கள்

அழகிய சாரமுள்ள வெளிப்பாடுகளால்
எனது தொடர்பு எல்லையை
அறிந்து விடுகிறாய்
நானோ குருடர்கள் தடவிய யானைபோன்றே
உன்னை மனங்கொள்கிறேன்
குறிப்பான சந்தர்ப்பங்களால்
உலகை நிறைக்காதே
எனது முட்டுச் சந்தில் திரும்பி
உனை நோக்கியே வருகிறேன்
பாடபேதங்கள் நம்மை அலைக்கழிக்கின்றன
தோணியிலோ இருவருக்கும் இடமிருக்கிறது
நான் நீரைப் பாடினால்
நீ நிலவைப் பாடுகிறாய்
கரையை நீ பாடினால்
நான் ஆழத்தில் மூழ்குகிறேன்
சிறு துரும்புகளால் வனம் அடர்கிறது
சாலைகள் நீளட்டும்
தொலைத்ததைத் தேடும் இப்பயணத்தில்
சந்தர்ப்பம் என்பது எவ்வளவு மலிவானது
எனினும் இம்முறை உன் கைகளை
தவற விடமாட்டேன்.

மன இருக்கை

இசைபாடும் இடத்தில்
என் இருக்கையில் இருப்பது நான்தானா
சஞ்சாரம் காற்றில் கமகமக்கிறது
பூர்வ நினைவொன்றின் கசிவை
சுமந்து வருகிறது இதயத்துள்
என் இருப்பை சுழற்றி வீசுகிறது
ராகங்கள் எத்தனை மெல்லியதோ
வன்மை வழிய தாபமும் அழைப்பும்
ஏக்கமும் ஊடலும் பின்பு என்னுடல்
நீராய் கரைகிறது.
கிரகங்கள் அருகருகே உரசிச் செல்கின்றன
இரத்த நாளங்கள் குறுகுறுக்க
ரூபங்கள் அலையும் மாயாவினோதம்
காலந்திரமாய் நிலைக்கின்றன சாரீரங்கள்
அதன் இயற்கைச் சுரங்கள்
குரலின் உடல் மறைய
ஓய்ந்து விடுகிறது அனைத்தும்
எழுந்து கொண்டாலும் மனம்
அமர்ந்திருக்கும் இருக்கை
அவை அடுக்கப்பட்டிருக்கின்றன
வெளியே இரைச்சலில் கலந்த
ஒரு நாதம்
சுவர்களில் மோதி நகரத்தில்
ஓய்ந்து மறைவதைப் பார்த்தேன்

பா. தேவேந்திரபூபதி

உபாயம்

உருவக தாபங்கள் உணரும் வேளை
உடலைத் தொலைத்தேன்
மனவெளியெங்கும் மயங்கிச் சரிகிறது
இந்த நடுத்தர வாழ்வு
அழைக்கப் போகும் பாதை மெல்ல
வளையும் போதே இருப்பிடம் சேர்
என்கிறது ஏகாந்தத்தேடல்

அகமும் புறமுமாய் காண்பதுதானே அறிவு
தேடியவை எல்லாம் எங்கே தேங்கிக்கிடந்தன
வந்தவையெல்லாம் எப்படி வடிகாலானது

உண்பது நாழி உடுப்பது நான்கு எனில்
அகம் பரமாய் இகம் புறமாய்
முற்றிற்று கச்சி ஏகம்பா
இயங்கிக் கடப்பதுதான் இனி
எழில் நலம் என்றாலும்
உடலைத் தொலைக்கும் உபாயம்
அண்டத்திலும் உண்டு
பிண்டத்திலும் உண்டு

இடையாடைப் பறவைகள்

சின்னஞ்சிறிய சுழிப்புகளுடன்
சிரித்தோடும் ஓடைகளை மழைக்காலத்தில்
பார்ப்பவன்
அங்கே தலைமூழ்கி எழுந்து
சூரிய நமஸ்காரம் செய்யும் முதியவரோடு
பேசுகிறான்
அவரோ தன் மனைவியின் முதுமை கழிந்ததையும்
தடுப்பாணைகள் கட்டப்பட்டதையும்
ஆலமரங்கள் கரையோரம் மிஞ்சியதையும்
அதிலொரு கடவுள் இன்னும் அமர்ந்து
பார்த்துக் கொண்டிருப்பதையும் சொல்லி
இடைஆடையைத் தலைமேல் விரித்தபடி
பறந்து போனார்
நாணல்கள் சாய்ந்து கிடந்தன
பாறைகளில் மோதி வளையும்
நீர்ப்பரப்பின் மீது வினோதப் பறவை
ஒன்று அமர்ந்திருந்தது
ஆற்றின் பாதையில் ஒதுங்கிய ஓடையின்
கதையில் இன்று ஒருநாள் தன் வருகையை
பதிவு செய்ய இயலாது தவித்தான்
அமர்ந்த கடவுளின் கல்பாதம் கழுவி
கேலிச்சிரிப்புடன் இளமையாய்
ஓடிக் கொண்டிருந்தது ஓடை

பா. தேவேந்திரபூபதி

சூட்டுக்கோல்

கலை
கலைதல்
கலைத்தல்
மரத்தின் ஒழுங்கை கலைத்து
உணவு மேசையை அலமாரியை வடித்தல்
புல்லரிசியை கலைத்து கஞ்சியாய் திரித்தல்
பெண் எனும் கலை
எத்தனை உலக காவியங்கள்
மற்றும் கலைத்து விளையாடியதும்
எத்தனை கற்பகோடிகாலம்
ஒரு கீர்த்தனைசெய்ய
அந்த மூங்கிலை
சூட்டுக்கோலால் எத்தனை முறை கலைப்பது
காற்று கலைக்கிறது
நீர் மற்றும் நெருப்பும் கலைக்கிறது
நிலம் கலைந்து கண்ணாடிவயலானது
அதுவே பாலையாகிறது
நானும் கலைஞன்
மண்கலைந்தேன் பாண்டமானது
பருத்த மடி கலைந்தேன்
பின்னமுற மொழி கலைந்தேன்
பொழியும் மேகமாய்
இன்னும் பொழிந்து கலைவேன்.

பா. தேவேந்திரபூபதி

வேண்டுமெனில்

பருவம் முற்றியதும் அறுவடை
பால்யம் முற்றியதும் புழங்கு வெளி
மனம் மருக புறஉலகம்
வாங்கி விற்கப் பழகிய பின்
உலகம் ஊரான கதை விரிகிறது
காதலுக்கு கொஞ்ச காலம்
காத்திருக்கவோ நெடுங்காலம்
உறவு கொள்ள இப்பிறவி போதாது
ஊர் உலகம் சொல்வதையும்
கேட்க வேண்டும்
யாகாவாராயினும் நாகாக்க வேறு
நகுலனின் பட்டாம் பூச்சிகள்
மஞ்சள் வெயிலில் பறக்கின்றன
கால்நடைகள் இறங்கும் தடாகங்கள்
அடிவானில் சூரியன் இறங்க
இது எனக்கு வாசிப்பு காலம்
வேண்டுமெனில்
அறுவடையை எடுத்துப் போங்கள்

இன்னபிற குணங்கள்

மிகப் பத்திரமாகத் திரும்புகிறேன்
சாலைகளை வீடுவரை
இழுத்து வந்து விடுகிறது நாள்
மரத்தின் இடம்பெயரா நிலைப்பு
வேரின் நிலத் துழாவல்
இன்ன பிற குணங்கள் இருந்தாலும்
அசையாத மானுடமும் பள்ளம்பாயாத
நீர்மையும் சாத்தியமில்லை
நிறுத்தங்களும் வருத்தங்களும் கடந்து போகின்றன
சாலை போய்க் கொண்டிருக்கிறது பிறகும்
திருப்பங்கள் இடவலமாய் சுழல்கின்றன
பத்திரமாய் திரும்புவது பற்றியதான
யதார்த்தம் ஒருபோதும் நீளமானதில்லை
பக்கவாட்டில் வளையாமல்
நீளமாய் செல்லும் ஒன்றின் அவசியம் தான் என்ன
இருக்கும் இடத்தில் ஒரு மரம்
நிலைக்க எத்தனை அசைவுகள்
அதிலிருந்த ஒரு பறவை சடசடத்து
வான் ஏகுகிறது

பா. தேவேந்திரபூபதி

பல உண்மைகள்

ஞாபகத்தை விட்டுப் போகின்றன அனைத்தும்
எனது நினைவுப்பகுதி நிரம்பி வழிகிறது
ஒவ்வொரு பொய்யாக கழற்றி விடினும்
உண்மைகளைப் போல பலவும் வந்துவிடுகின்றன
பழுத்த இலைகளை மரங்கள் உதிர்க்கின்றன
நாய்க்குட்டிகளை அதன் தாய் மறந்துதான் விடுகிறது
கடைசிவரை வரும் ஞாபகம்
ஒன்றிரண்டைத்தான் சொல்லமுடியும்
சுகமா வலியா
சொல்லும் போதே சாதாரணமாகிவிடும்
ஒன்றின் பெயர்தான் ஞாபகமா
அவற்றை நீர் மேல் எழுத்து
பானையிருந்த உணவு
பாறைமேல் மழை காதல் இருந்த முற்றம்
நிறையச் சொல்லலாம்
ஞாபகமறதி குறுக்கிடுகிறது.

ஒரு கவளம் வயிறு

கானல் சொற்கள் கைபேசியில் வந்தது
நெடுஞ்சாலையில் தான் எத்தனை நிறுத்துமிடங்கள்
ஊன் உணவு ஒரு நூறு மைல் கடந்தும்
கடல் மணல் பற்றி எரியும் மதியம்
நான் எனது என்று கூத்தாட்டும்
மனவரம் வேண்டிக் கழித்த காலம்
எங்கும் மழை
ஈரமற்ற வார்த்தைகள் விளைகின்றன
பல மாமாங்கம் என் காத்திருப்பு
எல்லாவற்றிற்கும் ஒப்பம்
யாவருக்கும் உபசரிப்பு
என் சிறிய தெப்பம் கரை சேரட்டும்
பனிமலர் குளிர்காலச்சாரல்
ஒரு கவளம் வயிறு போதும்
நித்தியத்தின் அருகே மாயமான்கள்
நான் எதையும் விரட்டி ஓடாத தொடுவான்.

பா. தேவேந்திரபூபதி

என்மனார் புலவர்

பழங்கதையில் தேடினால்
புலவர்கள் வாழ்ந்த ஊர் என்னுடையது
புதுக்கதையில் நானோர் கவிஞன்
பாதைகள் மாறினாலும்
பாடலில் தொன்மை மறைவதில்லை
என் மொழி குறுகத் தரித்தது
நான் வாழைப்பழம் என்றெழுதினால்
புலவர் கதலி என்கிறார்
தலைமகள் காதலியாகவும்
புன்னை மரங்கள் போகன் வில்லாவாகவும்
ஆகிவிட தினைப்புனம் காக்கவந்து
வள்ளி கல்யாணத்தில் நின்று விட்டாள்
வேடன் விருத்தனென்ற பெம்மான்
கயிற்றுத் தொங்கலில் வருகிறவர்களை
கண் பாலிக்கிறார்
மாம்பலக் கவிராயர் கழனி பாடிய
பள்ளத்தாக்கு பூபதிப் புலவனுக்கும்
போதுமென்றால்
நவீன கவிதையை நான் சேர்க்க
எங்கே அந்த சங்கப் பலகை
என்மனார் புலவரெல்லாம் எங்கே

பிரார்த்தனை

பால் பிடித்து விட்டன பயிர்கள்
இன்னும் சில காளான்கள் கரையருகே
வந்த சேதிகளும் போய் விட்டன
புதிய ராஜ்ஜியம் வரவேண்டும்
யார் பிரார்த்திப்பது
செங்கமல நாச்சியார் தேசமெது
கமலக் கண்ணனின் மேய்ச்சல் நிலம் இது.
அன்றலர்ந்த பூக்களை அவள் ஏன் சூடினாள்
பருவம் போய் பருவம் வருவது போல்
ஊரோடு தேரோடி நிலைக்கும் திரும்புகிறது
அருகிருந்து அருகிருந்து
அன்றாடம் கடக்கும் வாழ்வு
ஒரு சுற்று வந்தால் அலுவலகம்
மறு சுற்று கோவில் கணக்கு
பால்மாடுகள் உறங்குகின்றன
காலை கடனில் தொடங்க
மாலை மயக்கம் படர்கிறது
அவள் பாடப்பாட நாழிகை குறைந்து
வந்தபடியே இருக்கிறது இரவு.

பா. தேவேந்திரபூபதி

புத்தன் தவற விட்ட பாதை

நட்சத்திரங்களுக்கு விருட்சம்
நாமத்திற்கோ தடாகம்
ஒவ்வொரு நகரிலும் என்னை
உற்று நோக்கும் நீங்களெல்லாம் யார்
பிள்ளையை சமைக்கச் சொன்னவர்
மனம் வெதும்பி அலைகிறார் வீதியெங்கும்
நானோ முகவரி தேடி
காண்போரையெல்லாம் நச்சரிக்கிறேன்
அதிக சத்தம் மழைக்கு அறிகுறி
தவளைகளாய் விரைகிறார்கள் இருப்பிடங்களுக்கு
புரியாத மொழியின் விலாச அட்டையுடன்
ஒவ்வொருவராய் முகம் தேடிக்கொண்டிருக்கிறேன்
ஆசை என்பது பிச்சைப்பாத்திரம்
நிறைந்தாலும் நிறையலாம்
மறைந்தாலும் மறையலாம்
பாதை நீண்டதாய் முடிவற்றிருக்கிறது

நினைவிலாடும் வாக்குறுதி

கவிஞன் காலாட்டாமல் சும்மா இருந்தாலும்
வழியின் காதல் அவனை விடுவதாயில்லை

அவன் மொழி அழகில் உறைந்தாலும்
அதில் அரசியல் புகுந்து விடுகிறது

அவன் மிதந்து வெளியேற நினைக்கும்போது
கால் சங்கிலிகள் இருப்பைப் பற்றுகின்றன

உண்ணும்போதும் ஒரு வாக்குறுதி
நினைவிலாடுகிறது
உறங்கும் போதும் எதுவோ
பிடித்து உலுக்குகிறது
ஒரு சாவி தன்னைப் பூட்டுவதற்கும்
மற்றொன்றைத் திறப்பதற்கும் வைத்திருந்தாலும்
அவற்றை வைக்கும் இடம் மறந்துபோகிறது
ஒரு கையெழுத்திற்கும் மறுகையெழுத்திற்கும்
இடையே அலுவலகம் கூச்சலிடுகிறது
அந்நேரம் அன்பே
என் விரிவாக்கத் திட்டத்தில்
உன்னைச் சாராதிருந்திருப்பேன்
ஒன்றுமில்லை இப்போதைக்கு
உன் பெயரை மட்டும் சொல் போதும்.

பா. தேவேந்திரபூபதி

இலவு பழுக்காது

அம்மலர்கள் வாடிச் சிந்துகின்றன
பூவுடல்களை தலை வீழ்த்திச் சாய்க்கும்
சாலையில் தான் தொழிலாளி
காதலர்களுக்கு இளநீரைச் சீவிக் கொடுக்கிறான்
பறவைகள் உயர்ந்தும் தாழ்ந்தும்
உயிர் வாழ்கின்றன
இந்த நிலத்தைவிட்டு எங்கிருக்கிறது வாழிடம்
கொப்புழ் கொடி அறுக்கும்போதே
முத்தமிட்டது யார் உதடுகள்
வெட்டிய பச்சை மரத்தில் சிறு கோலெடுத்து
பதியனிட்டது யார்
இலவு பழுக்காது கிளியே
ஏழுமலை ஏழு கடல் தாண்டினாலும்
உன்குகையிலே உன்னைக்கொல்லும் சாத்திரங்கள்
நேற்றிலிருந்து சாலைகளில்
போக்குவரத்து தொடங்கிவிட்டது
தேசம் தன் விளையாட்டில் தோற்றுப்போனது
இந்த நூற்றாண்டிலும் நாகரீகமே இங்கே
மறுபடியும் நீ வஞ்சிக்கப்பட்டாய்

நிறைந்த வார்த்தைகள்

இன்னும் நதிக்கரையில் தான் இருக்கிறேன்
ஆடும் மரங்களும் ஓடும் மேகங்களும்
இயங்கும் சமவெளிகளும்
பார்த்து என் காலம் நீள்கிறது
நிச்சிந்தையில் நிலவு ஒரு நாள்
நிற்க நேரமில்லாமல் சூரியோதயம் மறுநாள்
அவரவர் வரும் தேதியில்
வரவென்ன செலவென்ன
நிறைந்த வார்த்தைகள்
சொல்லிச் செல்கிறது கீழ்க்காற்று
சிறுகாற்றின் சுழற்சிகள் ஏதோ மிழற்றுகின்றன
காய்கனிப் பயிருக்கு
தாகம் வேண்டும் கைத் தண்ணீருக்கு
என் அறிவிற்கு அப்பால்
பல நூற்றாண்டாய் உத்திரவாதமளிக்கும்
நமது ஆற்றங்கரை
அங்கேதான் மழையின் வரவு செலவு
கணக்கெடுத்தபடி
பறவைகளிடம் பேசியபடி
இன்னும் இருக்கிறேன்.

பா. தேவேந்திரபூபதி

முன் விளையாட்டு

இந்தக் கோடைக்கு என்னால்
பலரை பார்க்க முடியவில்லை
சிலர் வரவும் இல்லை
அசையாக் காற்றால் இலைகளும்
உதிரவில்லை
அந்திவரை சூரியன் அடிவானத்தில் நிற்கிறது
நீர் நிலைகளுக்கு நடுவே வசிப்பதாய்
பாவனை செய்கிறேன்
கடல் அதிகம் என்பதால்
உடம்பில் உப்பு பனிக்கிறது
என்பிலதனை வெயில் காயுமே
என்றான் முனி
அன்பு குறைந்த யாமங்கள்
இருளில் தனித்தே கிடக்கின்றன
கோடையை அடிவயிற்றில்
அள்ளி ஊதுகின்றேன்
மெல்லிய வலி
பனைநுங்குகள் கல்முற்றுகின்றன
எனக்குப்புரிகிறது
மணலைத்திரிக்கும் இக்கோடை
ஒரு மழை, ஒரு மலர் பற்றிய
முன்விளையாட்டுத்தான்

பழைய காலம்

இங்கே இருந்து துவங்குவது
அலறல் தான்
ஒருவேளை இறுதியில் அது
இசையாக முடியலாம்.
நத்தை ஓட்டம் என்றாலும்
அதிலும் வேகம் தான் ஆரவாரம்
பழைய காலத்திற்கு ஒரு கடிதம்
எழுதிவிட்டுக் காத்திருப்பது
பதில்களுக்காக அல்ல
காபூல் திராட்சைகள் மீதான
மதுப்பாடல்
பிரமீடுகளின் அடியில்
வற்றிச் சடலமாக உறைந்திருக்கிறது
என்னிடம் இரண்டு நாணயங்கள்
மறுபக்கம் மறுபக்கமென இருக்கிறது
கடிதம் யாருடையதாய் இருந்தாலும்
வாசிப்பதுதான் நல்லது
ஆம் இசை முடிந்த பின்னும்
அதன் தட்டின்மேல் நத்தை
நகர்கிறது

பா. தேவேந்திரபூபதி

ஓதிய எலுமிச்சை

அங்கிருந்து இங்கு வரை
எங்கும் விரியும் சாலைகள்
விளம்பரத் தட்டிகள் நள்ளிரவிலும்
மினுங்குகின்றன
அலைபேசியின் வரைபடத்தில்
என் ஊர்தி ஊர்ந்துகொண்டிருக்கிறது
இறந்துபோன சாஸ்திரியப் பாடகனின்
ஓய்ந்த குரல்
இசைவாய் வண்ணமீன்கள் அசைகின்றன
திருவுலாக்கள் வந்த தெய்வங்களின்
பள்ளியறை
இருளில் அதன் கோபுரங்கள்
என் ஆதித் தெய்வம்
வாசலில் காவல் நிற்கிறது
சாக்கடை ஸ்லாப்புகளில் உறங்குபவர்களை
பள்ளி எழுச்சி எழுப்பட்டும்
எனக்கு புனலாடி வந்த மண்ணில்
ஒரு வெறியாட்டும் கறிச் சோறும்
மிச்சமிருக்கிறது
இந்த பழங்குடிகளுக்குத் தெரியாதா என்ன
கிழங்குகள் ஆகாயத்தில் விளைவதில்லை
எத்தனை தகவல் வந்தாலும்
அவன் கை அரிவாளுக்கு
ஒரு எலுமிச்சை என் கையில்

அன்றாடம் தேடும் முட்டை

நினைவாய் தானியங்களைத் தின்று
அனுதினமும் முட்டை போடுகிறது கோழி
அத்தனை கருத்தாய்ப் பேசியவர்
பழங்களைப் பேரம்பேசப் போய்விட்டார்
ஒரு வாக்கியம் கருத்தரித்து
வெளிவர உழல்கிறது
சித்தம் தெருக்கடைத் தேனீர் எனில்
பித்தம் ஒருவாய்
பேதம் ஒருவாய்
இங்கே வரிசையில் நின்றாக வேண்டும்
வாடிவாசலில் அடங்காததை
திமிறிப் பிடிக்க வேண்டும்
வாக்கியங்கள் நாலாப்புறமும் கலைகின்றன
நினைவாய்ப் பொறுக்கிய மொழி
கருக்கூடி இருக்கிறதா
ஓடு தட்டாதீர்கள்
இன்னும் அமைதியாகத்தான் நிற்கிறது வரிசை.

பா. தேவேந்திரபூபதி

நீங்களும் நானும்

என் கவிதைகளில் அதிகம்
வார்த்தைகள் தடுமாறிச் சிந்தி விட்டன
அதை அள்ள முயலாதீர்கள்
தாறுமாறாக உடைந்து விடலாம்
ஒரு வேளை உங்கள் கைகளில்
ஒரு பிசினைப் போல அப்பிக்கொள்ளவும் கூடும்
வண்ணங்கள் என்று ஏமாறாதீர்கள்
உங்களுடன் ஒரு சுமையைப் போல
நெடுங்காலம் உடன் வரவும் நேரும்
கூடுதலான வார்த்தைகள்தான்
அவற்றில் உருவங்கள் செய்யத்தெரியுமென்றால்
உபயோகியுங்கள்
அழுத்தித் துடைத்தாலும்
காலில் இருந்து தலை வரை
இழுபடும் அக்கவிதை
ஏனோ சிந்தியது
சிந்தியது தான்
நான்தான் இன்னும் நிதானித்திருக்க வேண்டும்
பிறகு நீங்களும்தான்
அதை எதற்கு அவ்வளவு கவனமாக
கையாண்டீர்கள்.

குளிர்காலத் தேனீர்

என் சன்னலைச் செப்பனிடுமுன்
அவர்கள் புயலை ஒளிபரப்பினார்கள்
மரங்கள் தங்கள் வேர்ப் பற்றினை
கைவிடும் காலம் வந்திருக்கிறது
இப்போது கரையோரக் குடிசைகள்
நடுநடுங்குகின்றன
பேராலயங்களில் பியானோக் கட்டைகள்
எழும்பித் தாழும் சீற்றத்தில்
என் அடுப்பறையின் உலந்த சுள்ளிகள் சரிகின்றன
இம்முறை பால்பவுடர்கள்
காப்பு மிதவைகள் ரொட்டிகள்
குளிருக்கான போர்வைகள்
தாழ்நிலப் பகுதிக்குள் பாய வேண்டும்.

இந்தக் குளிர்ந்த காற்றில்
என் தேனீரை அருந்துமுன்
அவலமான செய்திகளை
ஒளிபரப்பாதிருக்க வேண்டுகிறேன்
அந்தப் புயலை அறிவேன்
அது பற்றாக்குறையின் மீதான பரிவாற்றல்
தன் யுகத்திற்கான ஒரு பருவகால
நாட்குறிப்பு
நிகழ்ந்து வரும் பலகோடிவருட ஆயுள்.

பா. தேவேந்திரபூபதி

பழைய வழக்குகள்

அறிவுறுத்தும் நாட்களில் இருந்து விலகி
அருவியின் கரையோரம் நிற்பது
பாத விரிசல்களின் சருமத் துணுக்குகளை
உண்ணும் சிறு மீன்களின் உற்சாகத்திற்குரியது
அழுகிய இலைகள் பயணிக்கின்றன
நான் வருடங்களைக் கணக்கிடும்
பொறிமுறையை வெறுக்கிறேன்
மரங்களும் படரும் பாம்புகளும்
பட்டை யுரிக்கின்றன
மந்திகளுக்கான கனிகளை
பருவங்கள் வழங்கும் நிலத்தில்
சமவெளியில் அலைபாய்கிறது கூட்டம்
அவற்றின் பயணங்களின் தொடுபுள்ளியில்
விசாரணைகள் பழைய வழக்குகள்
அங்கே எனக்கும் அலுவல் உண்டு
அருவியே ஊடலை விட்டுச் செல்கிறேன்
பரிசளிக்க இயலாமல்
உன் பச்சை இலைகளில் என் கையொப்பம்
உன் சின்னஞ்சிறு மீன்களால்
நலிந்த என் பாதம் தூய்மையானது
நன்றி

ஒருவாய் நீர்

ஒரு சாயலில் நீங்களும்
என் போலத்தான்
நமது தேசமும்
வயற்கோதுமைகளும் ஆறுகளும்தான்
இந்தச் செம்புல பெண்கள்தான்
வழி நடையைக் கடத்தினார்கள்
நீலக் கடலில்தான் பருவக்காற்றுகள் பாடின
மலையருவிகளில்தான் ஒருவாய் நீர்
காலக்கணக்கன் கைத்தொழிலாளன்
பாசனங்கள் பால் ஆவினங்கள்
யோசிக்கலாம் தான்
கணவாயில் கப்பல்கள் வந்து நிற்கின்றன
கிழக்கும் மேற்குமாய் இறைவன்
ஒளியாய் தோன்றி மறைகிறான்
மலர் இறைத்து அந்தி மயங்குகிறது
அன்பின் தூய ஆவியை
நீர் நிலைகள் எழுப்புகின்றன
பறவைகள் வர்ணித்துப் பாடும்
வானத்தை நாம் தரையில் கிடத்த முடியாது
ஒரு தேனீர் நேரமேயானாலும்
விடைபெறும் முன் அந்த கைகுலுக்கலில்
ஏன் அத்தனை வன்மம்
யோசிக்கலாம் தான்

பாதுகாவலர்கள்

அலைக்கழித்துக்கொண்டிருக்கிறது உலகம்
மக்கள் ஓலங்கள் யுத்தகாலங்களை பரிகசிக்கின்றன

வித்தைக்காரர்களின் கையசைவிற்காய்
ஏற்பாடுசெய்யப்பட்ட கனவான்கள்
இரத்தம் கக்கக் காத்திருக்கிறார்கள்
முகங்களை மறைத்து மக்கள் நடுவே

தூர்ந்துபோன ஓடைகள்
மழை வரத்திற்காய் தவமிருக்கின்றன

கரும்புள்ளிகளின் மதிப்பு
இரண்டாயிரமென அறிவித்திருக்கிறது
அரசிதழ் ஆணை

சந்தேகங்களாய் வீசியெறியப்பட்ட வார்த்தைகளை
கொத்திக் கரைகின்றன காகங்கள்

இன்றைக்கும் எனது நடைபாதையில் உனது பாடல்
மழை என்றால் வானம்
பிறை என்றால் உன் விழி நீர்

ஞாபகக்கதிர்களை அறுவடைசெய்ய
இன்னும் எத்தனை நாள் காத்திருக்க வேண்டும்

கடுகுப் பூக்களின் மணம் நாசியைத் துளைக்க
மஞ்சள் நிறம் வானை மறைக்கிறது

மழைக்காலத் தவளைகள் ஒலியெழுப்புமுன்
உறங்கி எழவேண்டும்

இரத்தக் கதைகளின் சாயம் வெளுக்கும்போது
இரவு விடிந்திருக்கலாம்

அதுவரை
இந்தத் தெருக்களில் ஆயிரம் கடந்து போகட்டும்.

வாரணாசி – 1

புகைமூட்டங்களுக்குள் பழைய நகரம்
உறைந்து கிடக்கின்றது
சாபத்தின் நிழலைப் பார்க்கும் விழிகள்
புலன்களுக்கு அகப்படாத தாலியோடு
பிணங்களின் ஜுவாலையில்
அரிச்சந்திரக்குறியோடு ஒளிர்கிறது நகரம்
தூர்ந்துபோகாத ஏரியில்
பல்கிப்பெருகும் காமத்தை
காலால் தோற்கடித்தவன்
அனைத்தும் தொலைத்து காத்துக்
கிடக்கிறான்
நதியின் வழியில் கரைந்த
ஞாபகங்களோடும் தீராவேட்கையின் பசியோடும்
கபாலமேந்தி நிற்கும் பிச்சைக்காரன்
காலத்தின் புதிய விதிகளை
சமிக்ஞைகளால் உருவாக்குகிறான்
தேசாந்திரிகளின் கனவுகள்
நிர்மாணிக்கப்பட்ட நகரில்
நிலைகுத்தி நிற்கிறது தற்காலிகத்தின்
நிரந்தரம்
பிணங்களின் ஜொலிப்பில் மிளிரும் நகரம்
பிரவகிக்கும் நீரில் கழுவப்பட்ட சாபம்
தேங்கிக் கிடக்கும் இந்த நகரை
கலைகளின் ஊற்று என்கிறேன்
வினையின் சூழ்ச்சி என்கிறாய்
சாம்பல் பூத்து கிடக்கும் தனிமை
ஒளிரும் இருளில்
ஈராயிரமாண்டுகாலமாய்
வெல்லப்படாத காமம் ஞானத்தின்
சாயலில் இன்னும் கனன்றுகொண்டிருக்கிறது
நதியின் கால் நனைக்கும் ஒவ்வொருவரையும்
மூழ்கடிக்கிறது நிழல்
எச்சரிக்கை
எச்சரிக்கை
எச்சரிக்கை
நகரம் உறங்கிக்கொண்டிருக்கிறது

வாரணாசி – 2

மந்திரங்கள் முழங்க
கைலாயக் கயல் நீர் இசைத்து இறங்கும்
கீழ்வானில் அரக்கு நிற அந்தி மயங்குகிறது
அங்கே ஒளிர்ந்து எழும் ஒருபாவை சந்திரமதி
வாய்மையின் நீர்மையே கங்கோத்ரி
எரிஉடல்களின் புகை மூட்டத்தில்
உறைந்து தோன்றுகிறது உனது காசிநகரம்
அது சர்ப்ப உடல் பிணைந்து மூச்சிறுக்கும் இரை
மன்னனே வெட்டியானாகி
வாய்க்கரிசி கூலி கேட்டு
தாலி பார்த்து தர்மம் காத்த
சத்திய நிலம்
சுட்ட சட்டி சட்டுவமென்றுரைந்த
சுடலைநிலம்
காலால் காமப்பாத்திரம் இடறி
தோல் வயிரென சாம்பல் பூசி
எள்விழ கபாலமேந்தும்
அகாலப்பிச்சைக் காரனும்
உன்னூர்காரன்தான்
அங்கே நிலம் கழுவித்துடைத்து நதிபாடுகிறது
நதி கழுவிக் கழுவி நிலம்வாழ்கிறது!

120211

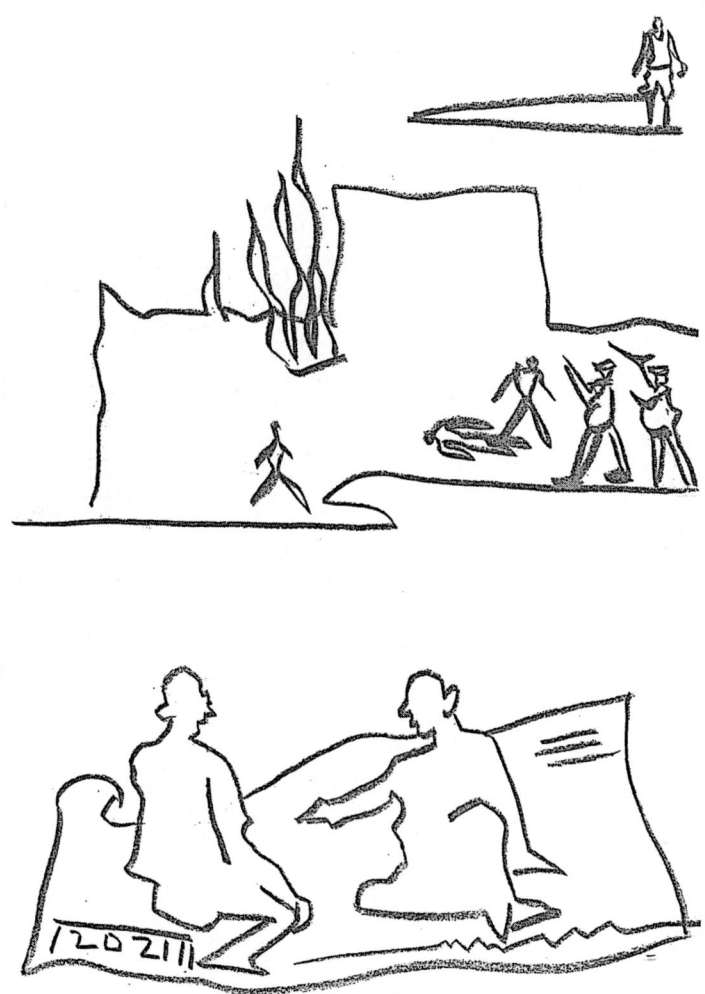

34